செவ்வாய்க்கு மறுநாள், ஆனால் புதன்கிழமை அல்ல

செவ்வாய்க்கு மறுநாள், ஆனால் புதன்கிழமை அல்ல

சுகுமாரன் (பி.1957)

கோவையில் பிறந்தவர். அச்சிதழ், தொலைக்காட்சி, நூல் வெளியீட்டுத் துறைகளில் பணியாற்றினார். கவிஞர், கட்டுரையாளர், நாவலாசிரியர், மொழிபெயர்ப்பாளர். *காலச்சுவடு* இதழின் பொறுப்பாசிரியர். கனடா தமிழ் இலக்கியத் தோட்டத்தின் வாழ்நாள் சாதனையாளருக்கான இயல் விருதை 2016இல் பெற்றார். திருவனந்தபுரத்தில் வசிக்கிறார்.

தொடர்புக்கு: nsukumaran@gmail.com

சுகுமாரனின் பிற கவிதை நூல்கள்

கோடைகாலக் குறிப்புகள் (1985)

பயணியின் சங்கீதங்கள் (1991)

சிலைகளின் காலம் (2000)

வாழ்நிலம் (2002)

பூமியை வாசிக்கும் சிறுமி (2007)

நீருக்குக் கதவுகள் இல்லை (2011)

சுகுமாரன்

செவ்வாய்க்கு மறுநாள், ஆனால் புதன்கிழமை அல்ல

காலச்சுவடு பதிப்பகம்

அன்பார்ந்த வாசகருக்கு,

வணக்கம்.

காலச்சுவடு நூலை வாங்கியமைக்கு நன்றி.

நூலின் உள்ளடக்கம், உருவாக்கம், அட்டைப்படம் இன்ன பிற அம்சங்கள் பற்றிய உங்கள் கருத்துகளையும் ஆலோசனைகளையும் காலச்சுவடு வரவேற்கிறது. தகவல், எழுத்து, வாக்கியப் பிழைகள் தென்பட்டால் கட்டாயம் தெரிவித்து உதவுங்கள். நூல் தயாரிப்பில் கடும் குறைபாடு இருப்பின் மாற்றுப் பிரதி உங்களுக்குக் கிடைக்கக் காலச்சுவடு ஏற்பாடு செய்யும்.

மின்னஞ்சல்: publisher@kalachuvadu.com

காலச்சுவடு நாகர்கோவில் தலைமையகத்துக்கும் கடிதம் அனுப்பலாம்.

தங்கள்
எஸ்.ஆர். சுந்தரம் (கண்ணன்)
பதிப்பாளர் – நிர்வாக இயக்குநர்

செவ்வாய்க்கு மறுநாள், ஆனால் புதன்கிழமை அல்ல • கவிதைகள் • ஆசிரியர்: சுகுமாரன் • © N. சுகுமாரன் • முதல் பதிப்பு: டிசம்பர் 2018 வெளியீடு: காலச்சுவடு பப்ளிகேஷன்ஸ் (பி) லிட்., 669, கே.பி. சாலை, நாகர்கோவில் 629001

காலச்சுவடு பதிப்பக வெளியீடு: 864

cevvaaykku maRunaaL, aanaal putankizhamai alla • poems • Author: Sukumaran • © N. Sukumaran • Language: Tamil • First Edition: December 2018 • Size: Demy 1 x 8 • Paper: 18.6 kg maplitho • Pages: 72

Published by Kalachuvadu Publications Pvt. Ltd., 669, K.P. Road, Nagercoil 629001, India • Phone: 91-4652-278525 • e-mail: publications @kalachuvadu.com • Printed at: Sudarsan Graphics, Chennai 600017

ISBN: 978-93-86820-96-9

12/2018/S.No. 864, kcp 2235, 18.6 (1) ILL

கமலா ராமசாமிக்கு
வணக்கத்துடன்

நன்றி: *காலச்சுவடு, காலம்* (கனடா)
கபாடபுரம் இணைய இதழ்

•

முகப்பு: அமெரிக்க நவீன ஓவியத்தின் அன்னையான
ஜியார்ஜியா ஓ' கீஃபீ (1887–1986)
தீட்டிய தைலவண்ண ஓவியம் 'வெண் லில்லி'
நன்றி: georgiaokeefee.net

பொருளடக்கம்

முன்னுரை

‘சொற்கள் சுடர்க’

‘நீருக்குக் கதவுகள் இல்லை’ (2011) தொகுப்புக்குப் பிறகு எழுதிய கவிதைகள் இவை. தொகுப்பாகப் பார்க்கும்போது புலப்படும் பக்க மெலிவு எப்போதும்போலத் தன்னிரக்கத்துக்குக் காரணமாக இருந்தது. வழக்கம்போலவே, இத்தனை ஆண்டுக் காலத்தில் இவ்வளவுதான் எழுத முடிந்ததா என்ற சீண்டலான கேள்வி எழுகிறது. வழக்கம்போலவே இவ்வளவு எழுதியிருக்கிறேனே என்ற வீம்பான பதிலையும் சொல்லிக்கொள்கிறேன். எண்ணிக்கை அல்ல கவிதையை அளப்பதற்கான உபாயம் என்பது புரிந்தாலும் எழுதத் தொடங்கிய நாள் முதல் இந்த மனக்குறை தொடர்ந்து வந்திருக்கிறது. இது எண்ணிக்கையைக் குறித்த வருத்தமல்ல. ‘இமைப்பொழுதும் சோராமல் நமக்குத் தொழில் கவிதை’ என்று இருக்க இயலாத ஆதங்கத்தில் வரும் பெருமூச்சு. “ஓயாமல் கவிதை எழுதிக் கொண்டிருக்கும்படி திருவருள் செய்யமாட்டாயா?” என்ற மகத்தான இறைஞ்சலின் இன்றைய தீனமான முனகல்.

இந்த இயலாமைக்கு அகம், புறம் இரண்டு சார்ந்தும் நியாயமான காரணங்கள் இருக்கின்றன. ஒருவகையில் அந்தக் காரணங்களே கவிதையின் மீதான பிடிப்பை மேன்மேலும் நெருக்கமானதாகவும் வலுவானதாகவும் ஆக்குகின்றன. இவ்வளவு காலம் எழுதியும் கவிதை தீரா வேட்கைக்குரியதாக இன்னமும் தொடர்வது நான் அதன்மீது கொண்டிருக்கும் பற்றுதலால் அல்ல; என்னிடமிருந்து தன்னை விலக்கி நிறுத்திக் கொள்ளும் அதன் சுதந்திரத்தால் என்று தோன்றுகிறது. தாமஸ்

டிரான்ஸ்டோமரின் கவிதையை மேற்கோளாக வைத்து இந்த மனநிலையை விளங்கிக் கொள்ள முயல்கிறேன்.

'அது வளர்கிறது,
என்னுடைய இடத்தை எடுத்துக் கொள்கிறது,
என்னை ஓரமாக ஒதுக்குகிறது,
கூட்டிலிருந்து என்னை வெளியே தள்ளுகிறது.
இப்போது கவிதை தயார்'.

மிக அதிகமான எழுதிவிடவில்லை; ஆனாலும் நாற்பது ஆண்டுகளுக்கும் மேலாகத் தொடர்ந்து கவிதைகள் எழுதி வருகிறேன். வெவ்வேறு காலப் பகுதிகளில் கவிதைச் சூழல் முன்வைக்கும் அறைகூவல்களை, எழுப்பும் கேள்விகளை, ஏற்றுக்கொள்ளும் மாற்றங்களை, ஒதுக்கும் சொல்முறைகளை விழிப்புடன் கவனித்தே கவிதையாக்கத்தில் ஈடுபட்டு வந்திருக்கிறேன். என்னுடைய அனுபவம், வாசிப்பு, அவதானிப்பு, மொழியுடனான உறவு, கரிசனம் ஆகியவற்றை என் இயல்புக்கும் திறனுக்குக்கும் பொருந்தும் வகையில் மேற்சொன்னவற்றை எதிர்கொள்ளச் செயல்பட்டிருக்கிறேன். கவிதையைத் தீவிரமாகக் கருதும் எவருக்கும் இது நிகழக் கூடியதுதான். அவரவர் அளவில் இதைக் கையாளுகிறார்கள் என்பது மட்டுமே வேற்றுமை.

இந்த நூலில் இடம்பெற்றிருக்கும் கவிதைகளைத் தொகுத்துக் கொண்டிருந்தபோது இத்தனை காலமும் எழாத பல கேள்விகள் எனக்குள்ளேயே எழுந்தன. கவிதை எப்போதும் நிகழ்காலத்தைச் சார்ந்தது. அப்படியிருக்கும்போதே காலத்தை மீறிய ஒன்று அதில் இல்லையா? கவிதையின் பேசுபொருள் அன்றாட நடவடிக்கையின் சித்தரிப்பா, இல்லை, அதைப் பற்றிய விசாரணையா? கவிதை மொழியின் துணைப் பண்டமா, உற்பத்தியின் மூலமா? கவிதையின் மொழி வெளிப்படையானதா, தொனிவேற்றுமை கொண்டதா? கவிதைக்குள் இயங்கும் பார்வை மோஸ்தருக்குப் பொருத்தமானதாக இருக்க வேண்டுமா? அதைப் புறக்கணிக்கும் ஒன்றா? கவிதை செய்திக்கான வாகனமா, தனியான இருப்பா? கவிதை பழக்கமா, மனக் கனிவா? கவிதை என்னவாக இருக்க வேண்டும், கவிதையைப் போலவா அல்லது கவிதையாகவா? கவிதை எழுத்துத் தொடங்கிய காலம்முதல் இடைவிடாமல் உறுத்திவரும் கேள்விகள்தாம் இவை. எல்லாக் காலத்திலும் அவற்றுக்கான பதில்களைத் தேடிக் கண்டடைந்திருக்கிறேன்.

எனினும் இந்தத் தொகுப்பின் தருணத்தில் அவை உரத்த குரலில் முழங்கின.ஒருவேளை கவிதைகள் பல்கிப் பெருகி மலிந்திருக்கும் சூழலில் என்னுடைய கவியிருப்பு குறித்த பதற்றத்திலிருந்து அவை எழுந்திருக்கலாம். வழக்கம்போலவே

அவற்றுக்கான பதில்களைக் கண்டுபிடித்துமிருக்கிறேன். எங்கே எப்படி என்ற பெரும் கேள்விகளுக்கு இங்கே இந்தக் கவிதைகளில்தான் என்பதே பதில். வெளிச்சத்தை அதிக வெளிச்சத்தால் முறியடிப்பதுதானே கவிதையின் வேலை.

நாற்பத்துச் சொச்சம் கவிதைகள் புஷ்டியான தொகுப்பாகுமா என்ற சந்தேகத்தை 'கவிதையின் கனம் பக்கங்களிலா?' என்று கேட்டு நீக்கியதன் மூலம் நண்பர் கண்ணன் தொகுப்பைச் சாத்தியமாக்கினார். நண்பர்கள் யுவன் சந்திரசேகரும் கே.என். செந்திலும் கைப்பிரதியை வாசித்துத் தெரிவித்த கருத்துக்களும் ஆலோசனைகளும் பிழைகளைத் திருத்திக்கொள்ளவும் கவிதைகளை வரிசைப்படுத்தவும் துணைபுரிந்தன. கலா முருகன், ஹெமிலா இருவரும் கணினிப்படியை உருவாக்கித் தந்தனர். அபுதாபி நண்பர் செல்வராஜ் ஜெகதீசன் மெய்ப்புப்பார்த்து உதவினார். இவர்கள் அனைவருக்கும் மனமார்ந்த நன்றிகள்.

கனடாப் பயணத்தின்போது டொரண்டோ நகரத்தின் ஒண்டாரியோ ஓவியக் கூடத்தில் அந்த ஆண்டுக்கான வசந்தகால ஓவியக் கண்காட்சி நடைபெற்று வந்தது. ஜியார்ஜியா ஓ'கீஃபியின் ஓவியங்கள் காட்சிக்கு வைக்கப்பட்டிருந்தன. அதைப் பார்க்கும் வாய்ப்புக் கிடைத்தது. அங்கு பார்த்த ஆவணப்படத்தின் மூலமாகவும் கிடைத்த நூல்கள் மூலமாகவும் ஜியார்ஜியாவை அறிந்துகொள்ள முடிந்தது. அமெரிக்க நவீன ஓவிய இயக்கத்தில் முதல் பெண் ஓவியர் அவர். பெரும்பாலும் இயற்கைக் காட்சிகளையே நுட்பத்துடன் பிரம்மாண்டமாக தீட்டியவர். அவர் வரைந்த இயற்கை ஓவியங்கள் விமர்சகர்களின் பார்வைக்கு பெண்ணுறுப்புகளாகத் தென்பட்டு அந்த விமர்சனங்களால் வெகுகாலம் புறக்கணிக்கப்பட்டார். பின்னர் காலமாற்றத்தில் அவை சரியாக விளங்கிக் கொள்ளப்பட்டன. ஜியார்ஜியா இன்று அமெரிக்க நவீன ஓவியத்தின் அன்னையாகக் கொண்டாடப்படுகிறார். காட்சிக்கு வைக்கப்பட்டிருந்த ஜியார்ஜியாவின் ஓவியங்களில் ஒன்று மிகவும் ஈர்த்தது. அடுத்து ஒரு கவிதைத் தொகுப்பைக் கொண்டுவரும் வாய்ப்பு நேருமானால் அந்த ஓவியமே நூலின் முகப்பாக இருக்கும் என்று தீர்மானித்தேன். ஓவியக் காட்சியைச் சென்று பார்க்கத் துணை புரிந்தவர் நண்பர் சேரன். உடன் வந்து விளக்கங்களை அளித்தவர் ஓவியர் கருணா. அன்றைய தீர்மானம் இப்போது நிறைவேறியிருக்கிறது. அதைப் பொருத்தமான முகப்பாக வடிவமைத்தவர் ஜெபா. இம் மூவருக்கும் பிரத்தியேகமான நன்றிகள்.

திருவனந்தபுரம், **சுகுமாரன்**

22 டிசம்பர் 2018

கவிதை
ஒன்றும் செய்வதில்லை
சரி
கவிதையையும்
ஒன்றும் செய்வதற்கில்லை.

○

ஆயுள் கணம்

சொற்பப் பொழுதே ஜீவிதமென்
றறியாமலா
கொல்லென்று பூத்துச் சிரிக்கிறது பொற்கொன்றை?

ஒற்றைப் பருவத்தின் களிப்பென்
றுணராமலா
வேர்களில் உறைந்த காலம் வெளிவந்து சிலிர்க்கிறது?

சிலசமயம் ஒரு நொடிக்குள்ளேயே
வாழ்ந்து தீர்வதில்லையா பிறவியின் மொத்த ஆயுள்?

○

நடை

மகா கவி இசை வாக்கிங் போகிறார்

அவர் வாக்கிங் போகும்போது
அவரைத் தாங்கும் பேறுபெற்ற
இந்த உலகமும் வாக்கிங் போகிறது

இளம் காற்றும் புலரொளியும்
புல்லும் புழுவும் புள்களும்
மீனும் நாயும் பூனைகளும்
சமயங்களில் மனிதர்களும்
வாக்கிங் போகிறார்கள்

அவ்வப்போது
பிசாசும் தெய்வமும் உடன் போகின்றன

மகாகவி வாக்கிங் முடித்துத் திரும்புகிறார்

வீடு திரும்பும்போது
கூட வந்தது பிசாசென்றால்
மகாகவி கவிதை எழுதுகிறார்
தெய்வமென்றால்
இசை சண்டை போடுகிறார்.

(கவிஞர் இசைக்கு)

○

மஞ்சள் நிற டாலியா

கண்டேன் ஜன்னல் வழியாக
ஓர் அற்புதத்தை.

மதிலுக்கு அந்தப் பக்கம் நடந்து வந்த ஒரு பெண்
முந்தானைக் குடைநிழலும் தணிக்காத
வெயிலில் துவண்ட இடுப்புச் சிசுவை
நின்று இளைப்பாற்றிக் கொண்டிருக்கிறாள்

மதிலுக்கு இந்தப் பக்கம் நின்றசையும் செடி
இலைகளின் மறைவில் வாடித் தொங்கிய
மஞ்சள் நிற டாலியாவைச் சுமந்து
நிழல்தேடி நகர்ந்து கொண்டிருக்கிறது.

○

ஒரு சொல் இருந்தால்...

நம்
உலகங்கள் வெவ்வேறானவைதாம்

எனினும்
உன் உலகம் எனதாகலாம்
என் உலகம் உனதாகலாம்
ஒரு சொல் இருந்தால்...

நாம்
வேறுவேறானவர்கள்தாம்

எனினும்
நீ நானாகலாம்
நான் நீயாகலாம்
ஒரு சொல் இருந்தால்...

ஆனால்
அந்தச் சொல் இருக்கிறதே
கரைக்குக் கடல் தூரத்தில்...

○

களிறு எறிந்து பெயர்தல்

நகங்கள் தந்தங்களை விலக்கி வைத்தால்
சுருக்கம்விழாமல்
ஒரு அங்குலம் கூட இல்லாத
கெட்டிச் சருமம்
இறக்கையாக விலாவில் முளைப்பதற்குப்பதில்
இடம்மாறி முகச்சரிவில் படர்ந்த
செவித்தோல்கள்
திருஷ்டிப் பரிகாரமாக ஒட்டவைத்த
மேனிக்குப் பொருந்தாத
இரண்டு கண்ணாடிக் குமிழிகள்
பள்ளிக்கூடப் புவியியல் புத்தகத்திலிருக்கும்
தற்காலத் தமிழக நிலப்படம் போன்ற வதனவெளி
கபாடபுரத்தில் கடல்கொண்டுபோன
நிலத்துண்டை நினைவுறுத்தும் நீண்ட முன் கை
வாஸ்து சரியில்லை என்று கைவிடப்பட்ட மண்டபத்தின்
முழுமையடையாத நான்கு தசைத்தூண்கள்
பன்றி பேருருக் கொள்வதற்கும்
யானை குறுந்தோற்றம் அடைவதற்கும் இடையில் நேர்ந்த
பரிணாமக் குழப்பத்தில் மயிர் சிலிர்த்த அவசர பிருஷ்டக்குஞ்சம்

மேற்கண்டவாறு நாமறிந்த
அரைகுறைத் தகவல்களைப்
பொருத்திச் சேர்த்து விளங்கிக்கொள்வதன்றி
யானையை நாம் சரியாகப் பார்த்ததில்லை

நாம் பொருத்திப் பார்க்கும் யானைமைத் தகவல்களை
ஐந்தாம் கையால் வளைத்துத் துவம்சம் செய்தபடி
வேதாந்திகளின் கைக்குச் சிக்காத கடவுளைப்போல
எத்தனைக் கொடும்மழையில் நனைந்தாலும் காலம்
எழுதிய கிறுக்கல்கள் கலையாத உடலுடன்
வார்த்தைகளின் கானகத்தில் உலாவிக்கொண்டிருக்கிறது
சரியான யானை

மொழி தெரிந்தால் யானையை நெருங்கலாம்
யாரிடம் கற்பது யானை மொழியை?

○

நமக்காகவா காத்திருக்கின்றன?

உன்னை வெறுப்பதாக இருந்தால்
அதை
ஒரு வாக்கியத்தில் சொல்லுவேன்

அந்த வாக்கியம்
கறுப்பு நிறமுள்ளதாகவும்
கரிப்பானதாகவும்
குளிர்ந்து உறைந்ததாகவும் இருக்கும்

உன்னைப் புறக்கணிப்பதாக இருந்தால்
அதை
இரண்டு வார்த்தைகளில் சொல்லுவேன்

அந்த வார்த்தைகள்
சாம்பல் நிறமுள்ளவையாகவும்
துவர்ப்பானவையாகவும்
காற்றில் அலைவதாகவும் இருக்கும்

உன்னை நேசிப்பதாக இருந்தால்
அதை
மௌனத்தின் ஒற்றைச் சொல்லில் காட்டுவேன்

அந்தச் சொல்
நிறமற்றதாகவும்
ருசியற்றதாகவும்
காட்சியிலிருந்து ஓசைக்குள் பாய்வதாகவும் இருக்கும்.

இந்தப் பளிங்குப்பேழைக்குள் பத்திரமாக இருப்பவை
உறைந்த ஒரு வாக்கியம்
அலைமோதும் இரண்டு சொற்கள்
ததும்பும் ஒரு மௌனம்

அவை நமக்காகவா காத்திருக்கின்றன?

○

யாவுள பெருவலி

உணரும்போது ஒன்றாகத் தெரிந்தாலும்
வலிகள்
பொதுவானவை அல்ல

ஒவ்வொரு வலியும்
ஒன்றுக்கொன்று மாறுபட்டது
ஒவ்வொரு வலிக்கும்
தனிப் புவியியல் இருக்கிறது
தனி வரலாறும்

ஒவ்வொரு வலிக்கும்
தனித்தனி எல்லைகள் இருக்கின்றன
மண்டைக் குடைச்சலும் கால்கடுப்பும்
வெவ்வேறாவதற்கும்
பற்கூச்சமும் கண்நோவும்
தனித்தனியாவதற்கும் காரணம்
இந்த எல்லைப் பிரிவினை.

ஒவ்வொரு வலிக்கும்
பிரத்தியேக நிறங்கள் இருக்கின்றன
செவிக்குத்தலின் அரைவெண்மையையும்
குடலிறக்கத்தின் வெளிர் மஞ்சளையும்
மூட்டுப் பிடிப்பின் நீலத்தையும்
உதரக் கலவரத்தின் சிவப்பையும்
கை முறிவின் கருமையையும்
அதனதன்
பிரதேச எல்லைகளே தீர்மானிக்கின்றன
அவற்றை உண்மையாக்குகிறது வரலாறு

ஒவ்வொரு வலிக்கும்

மாறுபட்ட பருவங்கள் இருக்கின்றன
குளிர்கால வலியை கோடைக்கால வலியும்
மழைக்கால வலியைப் பனிக்கால வலியும்
ஏளனம் செய்வது
புவியியல் தூண்டுதலால்
அதற்கு
ஆதாரம் திரட்டுகிறது வரலாறு.

ஒரு வலியும் இன்னொரு வலிக்கு
ஆறுதலாவதில்லை
ஏனெனில் வலிகள்
பகிர இயலாதவை

ஒரு வலியும் இன்னொரு வலிக்கு
மாற்றாவதில்லை
ஏனெனில் வலிகள்
பிறப்பிடத்தைப் பிரியாதவை
நிவாரணிகள்
வலிகளைப் போக்குவதில்லை;
அவற்றை வஞ்சிக்கின்றன
எனவே வலிகளை உணர ஒரே வழி
அவற்றை
துளியிலிருந்து நீரைப் பிரிப்பதுபோலப்
பிரித்து வைப்பது.

நான் பறக்கும் மீன்

ஏழுகடல் நீந்திவந்த மீனிடம்
கண்ணாடிப்பேழைக்குள் ததும்பும் நீரைக்காட்டி
ஏழைவிடப் பெரிய சமுத்திரம் என்கிறாய்

எண்திசை கடந்து வந்த பறவையிடம்
கம்பிக்குள் சிக்கிய வானைக்காட்டி
அளவற்ற ஆகாயம் என்கிறாய்

மூடாத விழிகளால் சிரிக்கிறது மீன்
படபடக்கும் சிறகுகளால் சிரிக்கிறது பறவை

விழிமூடி
வெளியைத் துழாவிச் சிரிக்கிறேன் நான்

நானே அந்த நீச்சல்
நானே அந்தப் பறத்தல்.

○

உலகின் உருவம்

பைத்தியம் ‘ஆ’னா
சக பைத்தியம் ‘ஆவன்னா’விடம் சொன்னது

‘உலகம் உருண்டையானது
எலுமிச்சம் பழம்போல’

பைத்தியம் ஆவன்னா
சக பைத்தியம் ஆனாவிடம் திருப்பிச் சொன்னது

‘உலகம் உருண்டைதான். சரி
ஆனால் நீ சொல்லும்
எலுமிச்சம் பழம்போல அல்ல
தக்காளிப் பழம்போல’

பைத்தியங்கள் ஆனா ஆவன்னாவின்
சக பைத்தியம் ‘ஈ’னா சொன்னது

‘உலகம் உருண்டைதான். சரி
ஆனால் நீங்கள் சொல்லும்
எலுமிச்சம் பழமோ
தக்காளிப் பழமோபோல அல்ல
சேனைக் கிழங்குபோல’

பைத்தியங்கள் ஆனாவும் ஆவன்னாவும்
ஈனாவை ஒப்புக் கொண்டன

‘உலகம் உருண்டைதான். சரி.
முண்டும் முடிச்சுமான பூமி
எலுமிச்சம்பழம் போலவோ
தக்காளிப் பழம்போலவோ
இருப்பதற்கில்லை’

பைத்தியங்கள் எனினும்
ஆனாவும்
ஆவன்னாவும்
ஈனாவும் சொல்வது ஒருவேளை
சரியாகவே இருக்கலாம்

ஏனெனில்
பைத்தியங்கள் பொய் சொல்வதில்லை.

○

ஆழல்

நீருக்குள் அமிழ்வதும்
பெண்ணுக்குள் ஆழ்வதும் இரண்டல்ல; ஒன்றே
அனுபவம் சாட்சி

எவ்வளவு கவனமாக இருக்கிறோமோ
அவ்வளவு அனிச்சையாகவே
அமிழும்போதும் ஆழும்போதும்
அடைத்துக் கொள்கின்றன கண்கள்

இருளின் ஒளியிலேயே பார்த்து
உணர்கிறோம்
நீரில் நீர்மையையும்
பெண்ணில் பெண்மையையும்

பார்ப்பதில் பாதியும்
விளங்காப் புதிர்
உணர்வதில் பாதியும்
தெளியா ஊகம்

ஊகித்த புதிருக்கும்
புதிரான ஊகத்துக்கும்
இடையில் மூழ்கும்போது
நம்மை இழக்கிறோம்
நீரோடு நீராக
பெண்ணோடு பெண்ணாக

நீர்க் காதலின் விசையிழுப்பில்
வளைந்து நீள்கிறோம்
நீரோட்டக் கைகளைப் பற்றிக் கொள்கிறோம்
குமிழிகளில் அருந்துகிறோம்
சுழிகளில் சுழல்கிறோம்
வளைவுகளில் புரள்கிறோம்
சரிவுகளில் வழிகிறோம்
ஊற்றுகளில் பீறிடுகிறோம்
தலைகவிழ்ந்து ஓடிகிறோம்
ஊகிக்க முடியாப் புதிர்ப் புனலில்
சுற்றிச்சுற்றிச் சுழன்றுசுழன்று வெள்ளமாகிறோம்

எனினும் ஒருபோதாவது
நீர் மேனியின் நிஜப் பரப்பை
நிதானமாகப் பார்த்தோமா
துல்லியமாய் உணர்ந்தோமா ?

அடுத்த முறை ஆகட்டும்
நீரில் ஒளிகரையும் உயிர்க்கூத்தைக் காண
அடையாக் கண்களுடன் ஆழலாம்.

○

வாழ்க நீ

அவரை எவராலும் தவிர்க்க முடிவதில்லை
அவராலும் கூட.

ஒரு நாளின் ஒரு நொடியிலாவது
அவர் இருந்துகொண்டே இருக்கிறார்
அல்லது
எல்லா நாளிலும் ஏதாவது நொடியில்

அவர்
ஓர் இடைநிலை
ஒன்றுக்கும் இரண்டுக்கும் இடையில்
ஒளிந்திருக்கும் முடிவிலி

நாணயத்துக்கும் மதிப்புக்கும் இடையில் நிகழும் புழக்கம்
விருந்துக்கும் பட்டினிக்கும் இடையில் தவிக்கும் உதரம்
உடலுக்கும் உயிருக்கும் இடையில் நகரும் வெளிச்சம்
ஒளிக்கும் இருட்டுக்கும் இடையில் பதுங்கியிருக்கும் துலக்கம்
மகுடத்துக்கும் பிச்சைக் குவளைக்கும் இடையில்
சொரியும் காருண்யம்
கண்ணீருக்கும் குருதிக்கும் இடையில் கசியும் நீர்மை
ஒப்பனைக்கும் அம்மணத்துக்கும் இடையில் தியானிக்கும்
வார்த்தை
சொல்லுக்கும் மௌனத்துக்கும் இடையில் முரலும் அர்த்தம்
உண்மைக்கும் பொய்க்கும் இடையில் அலறும் மகா மௌனம்

அவரை எவராலும் துறக்க முடிவதில்லை
அவரது தோழர்களாலும்
அவரது பகைவர்களாலும்,
ஏன் அவராலேயும்.

அவரது சிக்கல்
அவர், அவரில் எல்லாரையும் பார்த்தது
அல்லது
அவரில் எல்லாரும் அவர்களையே பார்த்தது.

அவரது பெருஞ்சிக்கல்
அவர், அவரில் அவரைப் பாராதது

ஒரு நாளின் ஒரு நொடியிலாவது
தவிர்க்க முடியாமல்
எல்லாரும் அவராக இருக்க நேர்கிறது

புழக்கத்தில் மதிப்பை
உதரத்தில் பசியை
வெளிச்சத்தில் உயிர்ப்பை
துலக்கத்தில் இருளை
கருணையில் மகுடத்தை
நீர்க்கசிவில் உப்பை
வார்த்தையில் நிர்வாணத்தை
அர்த்தத்தில் மௌனத்தை
மகா மௌனத்தில் உண்மையை
உணரும் முடிவற்ற நொடியில்
எல்லாரும் அவராக இருக்க நேர்கிறது

இருள் ஒளியாகும்
அந்த அருங்கணத்தில் எல்லாரும்
அரையாடை அணிந்த பொக்கை வாய்ச் சிரிப்பாகிறார்கள்.

○

ஈரம்

அறிவிப்பில்லாமல் வந்த கனமழையில்
இருண்டன புறங்கள்
சட்டென்று இரவானது பகல்

ஆங்காரக் காற்றில் அதிர்ந்து நடுங்கி
இலைகளை உதிர்த்தது
முற்றத்து மரம்

அகால மழை அவசரமாக விடைபெற்றதும்
மீண்டது பகல்
திசைகள் பெருமூச்சு விட்டன

கிளையில் மிஞ்சிய
ஒரேயொரு தளிரை
ஈரம்போகத் துவட்டிக் கொண்டிருக்கிறது
வெயில்.

○

தீதும் நன்றும்

முன்பு
அங்கே எல்லாம் இருந்தது
முன்பு எல்லாம் நன்மையாக இருந்தது
முன்பு நன்மையே எல்லாமாக இருந்தது

முன்பு
அங்கே நன்மை இருந்தது
முன்பு நன்மை எல்லாமாக இருந்தது
முன்பு எல்லாமே நன்மையாக இருந்தது

இப்போது
அங்கே எதுவும் இல்லை
இப்போது எதுவும் நன்மை இல்லை
இப்போது நன்மையாக எதுவும் இல்லை

இப்போது
அங்கே இல்லாமை இருக்கிறது
இப்போது இல்லாமையே நன்மையாக இருக்கிறது
இப்போது நன்மையே இல்லாமையாக இருக்கிறது

○

விசும்பின் துளி

ஒரு சிறு சுருக்கமில்லை
துளி மேகக் கறையில்லை
அபூர்வ நீலத்தில்
விரிந்திருந்தது விசும்பு

வானத்தைப் பார்த்தால்
வானம்போலில்லை

அப்பழுக்கற்ற நீலப் பிரகாசம்
உண்மையின் அச்சுறுத்தல்

நீலத்தின் ஊடே
கிழக்கிலிருந்து மேற்காக
ஒரு கரும் பறவை பறக்கிறது
அதன் கூவல்
நீலத்தைக் கொசுவிப் பின் தொடர்கிறது

இப்போது வானம்
வானத்தைப் போலிருக்கிறது.

நாளையின் பாடல்கள்

பேற்று நோவடங்கி உடல்பரப்பிக் கிடக்கிறது நிலம்
கரு ஈன்ற அசதிப் பெருமூச்சாய் விம்மி அலைகிறது காற்று
உயிர்ப் பிசுக்கின் ஒளிர்வுடன் ததும்புகிறது கானல்
கதிரிலிருந்து உதிர்ந்து மண்ணுக்குள் உறங்கும்
ஆதரவற்ற வித்துக்கள் திசையதிர விசும்புகின்றன
அவற்றைச் சமாதானம் செய்கின்றன
வரப்பில் குந்தியமர்ந்திருக்கும் சில பாடல்கள்.

○

வெறுப்பின் உச்சத்திலிருக்கிறேன்

நான்
வெறுப்பில் தகித்துக் கனன்றிருக்கிறது
இன்றைய நாள்

முன்னே வாராது ஒழியுங்கள்
வெறுப்பேற்றாமல் சும்மா விடுங்கள்
என்னை

யோசிக்கவே வெறுப்பைத் தரும்
ஓர் அபத்தக் கனவால்
கலைந்தே தொடங்கியது
வெறுக்கத்தக்க இந்த நாள்

கால அட்டவணையை முந்திக் கொண்டு விடிந்த
அவசரப் பொழுதும்
விட்டுவிட்டு ஒலித்த
பறவையின் சுருதிபிசகிய அன்றாடக் கூவலும்
குளியலறைக்குள் என்னை வேவுபார்த்து
சூள் கொட்டிய அசட்டுப் பல்லியும்
உணவு மேஜையில் அமரும் முன்பே
ஆறித் தொலைத்த பதார்த்தமும் பானமும்
கடன் நிலுவைக்குத் தாக்கீது செய்த
நச்சரிப்புத் தொலைபேசிக் குரலும்
இடையில் குறுக்கிட்டுக் கிடைத்த பதிலால்
தொடர்பைத் துண்டித்தவளின் விஷக் கொஞ்சலும்
என்னைப் பிணையாக வைத்து வென்றவனின்
திக் விஜயக் குளம்பொலியும்...

எல்லாமும் எல்லாரும் வெறுப்பாகத்
தென்படும் இந்த வேளைகெட்ட
வேளையில்
அன்பின் உறையிலிருந்து உருவிய வாளுடன்
வெறுப்புக்குரியவர்களாக
எதற்காகக் கண்முன் வந்து நிற்கிறீர்கள்?

என் சிரசைக் கொய்தெடுத்துப் போகவா?
ஆஹா, எத்தனை பேரதிர்ஷ்டம்.
ஆனால் இதுவல்ல அதற்கான நாள் – இன்று
வெறுப்பின் உச்சத்தில் காய்ந்து சிவந்திருக்கிறேன்

நல்லது,
அந்த வாளை விட்டுவிட்டுப்போங்கள்
வெறுப்பை வெறுத்திருக்கும்
நன்னாளின் சுபவேளையில் அழைத்து
கச்சிதக் குறைவின்றி வெட்டிச்சமர்ப்பிக்கிறேன்
கடலுறங்கும் என் தலையை.

○

கடலினும் பெரிது

விரும்பியதை அடைய
ஏழுகடல் கடக்க வேண்டும் என்றார்கள்

காலடி மணலில் பிசுபிசுத்த
முதல் கடலைத் தாண்டினேன்
பாதத்தில் புரண்டு கொண்டிருந்தது
இரண்டாம் கடல்
கணுக்காலைக் கரண்டிய
மூன்றாம் கடலை உதறித் தள்ளியும்
முழங்காலில் மண்டியிட்டது
நான்காம் கடல்
இடுப்பை வருடிய ஐந்தாம் கடலைப்
புறக்கணித்து நடந்தேன்
கழுத்தை நெரிக்க அலைந்தது
ஆறாம் கடல்
தலையை ஆழ மூழ்கடித்து
உட்புகுந்து ஆர்ப்பரித்த
ஏழாம் கடலைக்
கொப்பளித்துத் துப்பியதும்
'வெற்றி உனதே, இனி
விரும்பியதை அடையலாம்' என்றார்கள்.

உப்பை ருசித்தபடிக் கேட்டேன்
'ஏழினும் பெரிய கடல் இல்லையா?'

○

பதில் வேண்டாக் கேள்விகள்

உன்னை
எதுவரை என்னால் காதலிக்க முடியும்?
உலகின் எல்லாக் கடிகாரங்களும்
ஒரே நேரத்தைக் காட்டும் வரையிலா?

உன்னை
என்றுவரை என்னால் காதலிக்க முடியும்?
பூமியில் எல்லா இடங்களிலும்
விடியலும் அந்தியும் ஒரேபோலக் காணும் வரையிலா?

உன்னை
எந்தத் தருணம்வரை என்னால் காதலிக்க முடியும்?
கிளையுதிர்ந்த பூ
சுழன்று இறங்கி மண்ணில் விழும் முன்பே
அந்தரத்தில் வாசனையாக மிஞ்சும்வரையிலா?

உன்னை
எந்த நொடிவரை என்னால் காதலிக்க முடியும்?
என்னுடனான உன் அன்பு
எல்லாவற்றினும் மீதான உன் கருணையின்
ஆகப் பெரிய துளி என்பதை மறவாத வரையிலா?

○

செவ்வாய்க்கு மறுநாள், ஆனால் புதன்கிழமை அல்ல

வீடு தவறியோ விலாசம் விசாரித்தோ
உதவிகோரியோ நன்கொடை திரட்டவோ
எப்போதாவது யாராவது வருவார்கள்
என்பதைத் தவிர்த்தால்
வாசலுடன் திரும்பும் அன்றாடர்களைத் தவிர
வருகையாளர் அதிகமில்லை வீட்டுக்கு

அனுமதி கோராத அழைப்பாளர்கள் சிலரும்
அபூர்வமாக நுழைவதுண்டு

விடிந்ததும் காற்றின் வெளிச்சம்
வீட்டைப் பிரியாத பூனையின் காதலன்
காதலனை வேவுபார்க்க வரும் இன்னொரு காதலி
முற்றத்து மரக்கிளை ஒடிந்தது எப்படி என்று
விசாரணை செய்ய வரும் நீல வால் குருவி
தொட்டிப் பூவைப் பறித்தது ஏன் என்று
பிராது சொல்லும் தேன் சிட்டு
மழைத்துளி விழுந்ததும் கத்தித் துள்ளும் தவளை
அறைகளுக்குள் பதுங்கியிருக்கும் அந்திப் பிரகாசத்தைக்
கைப்பிடித்து இழுத்துச் செல்லும் முன்னிரவு
இவையெல்லாம் தற்செயல் வருகைகள்

இன்று
வெய்யிலின் இளநீர் வாசனையோடு
கண்ணாடிப் பிரதிபலிப்பாய்க் கொதித்து மின்னும்
நட்டநடுப் பகலில்
மூடிய கதவைக் கடந்து
யாரோ நுழைந்ததை உணர்ந்து திகைத்தேன்
கூடத்தில் பார்த்தேன், அறைகளுக்குள் தேடினேன்
யாருமில்லை யாருமில்லை யாருமேயில்லை
எனினும் யாரோ வந்து
வீடு முழுவதும்
ஊன்றி நடந்து திரும்பிய அடையாளமாய்
தாழிட்ட கதவுக்கு இப்பால்
வாசல் நிலையருகில் தரையில்
ஒரு ஜோடிக் காற்சுவடுகள்
ஆரஞ்சு ஒளியுடன்
விட்டுவிட்டு ஒளிர்வதைப் பார்த்தேன்

அப்போது முதல்தான்
இதயத் துடிப்பின் நிமிடக்கணக்கில்
ஒரு துடிப்புக் குறைந்ததை உணர்ந்தேன்
அன்று
செவ்வாய்க்கு மறுநாள், ஆனால்
புதன்கிழமை அல்ல.

○

காதல் கவிதை

உப்புக்குள் ஒளிந்திருக்கும்
ஓயாத அலைகளை எழுப்பி
சமுத்திரத்தை உண்டாக்குவது...

கல்லுக்குள் மறைந்திருக்கும்
திட சித்தத்தைச் சேர்த்து அடுக்கி
மலையைச் சமைப்பது . . .

எப்போதோ விழுங்கியும்
தொண்டையை விட்டு இன்னும் இறங்காத
விஷத்தை வடித்து அமிர்தத்தைத் திரட்டுவது . . .

பெருமக்களே
பெண்ணைக் காதலிப்பதென்றால்
இவையெல்லாம் தான்.

மின்சார இஸ்திரிப் பெட்டி
சூடேறிவிட்டதா என்று
விரலில் எச்சில் தொட்டுப் பரிசோதிப்பதும்
இதில் சேர்த்திதான்.

எனினும்

இதுவல்ல அது; ஆம்
எனினும் அதுவே இது.

இது தொடக்கமல்ல
எனினும் இது தொடக்கம்
இது முடிவல்ல
எனினும் இது முடிவு

இது சிக்கலல்ல
எனினும் இது சிக்கல்
இது தீர்வல்ல
எனினும் இது தீர்வு

இது உண்மையல்ல
எனினும் இது உண்மை
இது பொய்யல்ல
எனினும் இது பொய்

இது முழுமையல்ல
எனினும் இது முழுமை
இது அரைகுறையல்ல
எனினும் இது அரைகுறை

இது அசலல்ல
எனினும் இது அசல்
இது மாற்றல்ல
எனினும் இது மாற்று

இது இருப்பல்ல
எனினும் இது இருப்பு
இது வாழ்வல்ல
எனினும் இது வாழ்வு

இது நானல்ல
எனினும் இது நான்
இது நீயல்ல
எனினும் இது நீ

இது ஒளியல்ல
எனினும் இது ஒளி
இது கவிதையல்ல
எனினும் இது கவிதை

○

ஜகன்மோகினி

மறைக்கப்படாத உன் இடங்களை எல்லாம்
பகல் ஒளியின் உண்மைபோலப்
பார்த்த எனக்கு
ஆடையின் இருளில் அதே இடங்கள்
அறியாமையின் திகைப்பாய்த்
திணறவைப்பதேன்?

தெளிந்த ரகசியம் எந்தப் பொழுதில்
தெரியாப் புதிராகிறது ஜகன்மோகினி?

ஜகன்மோகினி: 15 ஆவது மேளகர்த்தா ராகமான மாயாமாளவகௌளையின் ஜன்ய ராகம்.

○

எப்போதும் கடல்

எல்லாக் காலத்திலும்
அமைதியாக அடங்கியிருப்பதில்லை
எல்லாக் காலத்திலும்
கொந்தளித்துக் குமுறுவதில்லை
எல்லாக் காலத்திலும்
உற்சாகமாகப் பாடிக் கொண்டிருப்பதில்லை
எல்லாக் காலத்திலும் நிசப்தமாக முணுமுணுத்துக்
கொண்டிருப்பதில்லை
எல்லாக் காலத்திலும்
ஒளிசிதற அலைந்து கொண்டிருப்பதில்லை
எல்லாக் காலத்திலும்
அந்தகாரத்தில் ஒளிந்திருப்பதில்லை
எல்லாக் காலத்திலும்
மூழ்கடித்துக் கொல்வதில்லை
எல்லாக் காலத்திலும்
உயிர்ப் பிச்சையளித்துக் கரையேற்றுவதில்லை
எல்லாக் காலத்திலும்
கடலுக்குள் மட்டுமே கடலிருப்பதில்லை
எல்லாக் காலத்திலும் கையளவுக் கடலொன்று
கடலில் இருப்பதுபோலவும்
கடலில் இல்லாதது போலவும்
கைக்குள் இருக்கிறது
எனினும்
எல்லாக் காலத்திலும்
கடலிலும் கடல் இருந்துகொண்டேயிருக்கிறது.

○

தனுவச்சபுரம் இரண்டாவது (மாற்றப்பட்ட) பதிப்பு

1

சங்கம்புழையைத் தெரியுந்தானே உங்களுக்கு?
கிருஷ்ணப் பிள்ளையைத் தெரியாவிட்டாலும்
சங்கம்புழையைப் பற்றிக் கேட்டிருப்பீர்கள் இல்லையா?
கபட லோகத்தில் ஆத்மார்த்தமான
இதயம் சுமந்திருந்த தோத்தாங்குளிக் கவிஞன்.
ஒவ்வொரு இரவும் பூமொட்டின் நறுமணத்தில்
உறங்கி எழுந்த பாட்டுப் பிசாசு.
நண்பன் ராகவனின்
காவியக் காதலை நாடகமாக்கி
கோடானு கோடி விழிகளைப் பிழிந்தவன்.
தரித்திர ராகவனை ரமணனாக்கினான்.
செல்வக் காதலியைப் பெயரிலி ஆக்கினான்.
எல்லாக் காதலர்களும் ரமணன்கள்.
எல்லாக் காதலிகளும் சந்திரிகைகள்.

2

சங்கம்புழையைத் தெரியுந்தானே உங்களுக்கு?
சங்கம்புழையைத் தெரியாவிட்டாலும்
சந்திரிகையைப் பற்றிக் கேட்டிருப்பீர்கள் இல்லையா?
கானகச் சாயலில் காதல் இடையனுடன்
ஆடு மேய்க்க வீடு துறந்த சீமாட்டி
சந்திரிகையைத் தெரியாவிட்டாலும்
ராகவனைத் தெரியுந்தானே உங்களுக்கு?
காதலில் தோற்றுக் கயிற்றில் தொங்கியவன்
ராகவனாய் மரித்து ரமணனாய் வாழ்பவன்
தற்கொலையில் முடிந்த
எல்லாக் காதலர்களும் ரமணன்கள்
தற்கொலைக்குத் தள்ளிய
எல்லாக் காதலிகளும் சந்திரிகைகள்.

3

சங்கம்புழையை, ராகவனை, சந்திரிகையை,
ரமணனை தெரியாவிட்டாலும்
தனுவச்சபுரத்தைத் தெரியுந்தானே உங்களுக்கு?
ரயில் நிற்கும்போதெல்லாம் யாரேனும்
தனுவைத்தபுரம் என்று திருத்தி உச்சரிக்கும் பெயரூர்
எல்லா ஊரும் இன்று தனுவச்சபுரந்தான் என்று
பசுவய்யா பண்டு சாட்சி பகர்ந்த இடம்

இன்றும் ரயில் நின்றதும்
நானும் சரியாக உச்சரித்தேன் தனு வைத்த புரம்
நின்ற ரயில் நகராமல் நின்றிருக்க
பார்த்து வந்து யாரோ சொன்னார்கள்
'பாய்ந்து செத்திருக்கிறாள், பாவம் இடைச்சி'
ஆமோதித்துக் கலங்கியது இன்னொரு குரல்
'அயல்காரிதான் சந்திரிகா, அநியாயச் சாவு'

நடுங்கும் குரலில் அந்தரத்தில் கேட்டேன்
'சாவுக்குள் தள்ளியது ரமணனா?'

ஏன் அப்படிக் கேட்டேன் என்று
இப்போதும் விளங்கவில்லை
தனுவைத்தபுரமும் சங்கம்புழையும் தெரியுமா உங்களுக்கு?
எல்லாக் காதலர்களும் ரமணன்களா?
எல்லாக் காதலிகளும் சந்திரிகைகளா?

○

கானமூர்த்தி

பாடகர் பாடுகிறார்
இரு வினைகள் நிகழ்கின்றன

ஆழ்ந்து மூழ்கி
சமுத்திரத்தின் ஆதி அலையைத் தேடுகிறார்
அதுவோ
அநாதிகாலமாக
வற்றாத ஊற்றில் குமிழியாக முகிழ்த்து
ரீங்கரித்துக் கொண்டேயிருக்கிறது

எவ்விப் பறந்து
ஆகாயத்தின் முதல் விண்மீனைத் துழாவுகிறார்
அதுவோ
இருளின் வெளியில்
மின்னிமின்னி ஒலித்துக் கொண்டேயிருக்கிறது.

பாடகர் திரும்புகிறார்
இரு கொடைகள் கிடைக்கின்றன

கொண்டுவந்த குமிழ் கடலாக அலைகிறது
கொண்டுவந்த விண்மீன் வானாக விரிகிறது

அந்தக் கொடைப் பொழுதில்
பாடகர் மண்ணில் கடலாகிறார்
கேட்பவன் குமிழியாகிறான்
அவர் நிலத்தின் விசும்பாகும்போது
கேட்பவன் நட்சத்திரமாகிறான்

பாடகர் மௌனமாகும் வசிய கணத்தில்
நெரித்த திரைக்கடலாகிறது குமிழ்
பாயுமொளியாகிறது வான்சுடர்.

(சஞ்சய் சுப்ரமணியனுக்கு)

○

நிற்றல்

நிற்கும் இடத்தைவைத்தே அறியப்படுவதால்
எல்லார்க்கும் எதன் மேலாவது
நின்றாக வேண்டிய கட்டாயம்.

மலைமுகட்டில் நிற்கிறார்கள் சிலர்
அதனாலேயே
‘எல்லாரையும் விட நாங்கள் உயரமானவர்கள்’
என்று அறிவிக்கிறார்கள்; அதனாலேயே
ஆகாயத்தைக் கீழிறக்க எத்தனிக்கிறார்கள்

அதலபாதாளத்தில் நிற்கிறார்கள் சிலர்
அதனாலேயே
‘எல்லாரையும் விடத் தாழ்ந்தவர்கள் நாங்கள்’
என்று அங்கலாய்க்கிறார்கள்; அதனாலேயே
பூமிக்குக் குடைச்சல் கொடுக்கிறார்கள்.

இந்த
ஆகாயப் பறிப்பும் பாதாள மறுப்பும்தான்
ஒருவருக்கு இன்னொருவரைப் பகையாக்குகிறது

விரும்பிய இடங்களில் விருப்பத்துடன் நிற்க
வாய்ப்பதில்லை எல்லாருக்கும்
விருப்பமான இடங்களில் விரும்பாதவர்கள் நிற்பதில்
விருப்பமில்லை எவருக்கும்

எனினும்
எல்லாரும் எதனெதன் மேலோ
நின்றுகொண்டிருக்கிறார்கள்

வெகுசிலர் மட்டுமே
தண்ணீரின் மேல் நிற்கிறார்கள்
வாரியணைக்கக் கரங்கள் விரிந்திருப்பதால்மட்டுமே
அப்படி நிற்க முடிகிறதாம் அவர்களால்.

○

புலி ஆட்டம்

என் செல்லப் பிராணி
பரம சாது என்றால்
நம்ப ஏனோ மறுக்கிறீர்கள்

சிரிக்கும்போதும் சினந்து எரியும் கண்கள்
அப்போதுதான்
திரித்து முறுக்கிய நார்வட வால்
கணக்காகப் பார்த்து
தாறுமாறாகக் கீறிய ரோமக் கோடுகள்
பாலை வெய்யிலின் உக்கிர சருமம்
நெளியும் உயிரைக் கவ்வும் வளைஎயிறுகள்
நிலம் கிழிக்கும் கொன்றை உகிர்ப் பாதங்கள்

எல்லாம் இருப்பதால்
அஞ்சி மிரண்டு நடக்கிறீர்கள்

என் செல்லப் பிராணி
சாகபட்சணி என்றால்
ஒப்புக்கொள்ள ஏனோ தயங்குகிறீர்கள்

பசித்தால்
பசும் புல்லைத்தான் மேய்கிறது
தாகித்தால்
துளசி தீர்த்தமே அருந்துகிறது

பாருங்களேன்
புஜிபுஜி என்று அழைத்தால்
ஒரு பூனையைவிட
எவ்வளவு ஒய்யாரமாக
ஓடி வந்து என் காலடியில் ஒண்டிக்கொள்கிறது
உண்கலத்தில் பரிமாறிய வாதுமைக் கொட்டைகளை
ஒரு அணிலைவிட
எவ்வளவு பக்குவமாகப் பிளந்து கொறிக்கிறது
உண்ட களைப்பில்
ஒரு தியானியைவிட
எவ்வளவு சாந்தமாக
சுகாசனத்தில் அமர்கிறது

பாருங்களேன்
அன்பு மீதூற அனிச்சையாக
சூச்சூ என்று ஒலி எழுப்பியதும்
முதல் மழைத்துளியில் சிலிர்க்கும் அரசந்தளிர்போல
எவ்வளவு பரவசத்துடன் முதுகைச் சிலிர்க்கிறது.

பரமசாது என் செல்லம் என்பதை
எவ்வளவு சொன்னாலும் ஏற்க மறுக்கிறீர்கள்.

என் அருமைப் பிராணி
வன் விலங்கு என்று
உங்களைப் போலவே எனக்கும் தெரியும்
எனக்குத் தெரியும் என்பது
என் செல்லத்துக்குத் தெரியாது.

○

கலவி நுணுக்கம்

அமுதையும் விஞ்சிய அதிமதுரம்
அதர ருசியென்று
ஏழிரண்டு உலகும்போய் அறிவிப்பேன்

எனில்
எட்டிச் சுவையைவிடக் கொடும் கசப்பு
காதுக் குரும்பியென்று
எந்த நரகத்தில்போய்ச் சொல்வேன்?

கலவி உச்சத்தில்
உற்றறிந்தேன் இச் சுவைகளென்று
எப்படிப் பெண்ணிடம்
உளறுவேன்கொல் வள்ளுவரே.

○

சரிதம்

உதிர்ந்து கிடக்கும் சருகுகளைப்
புரட்டிப் புரட்டிக்
காற்று என்ன வாசிக்கிறது?

மரத்தின் நாட்களை.

பழைய கோட்டை

கோட்டை
வரலாற்றிலிருந்து விண்டு எடுத்து
அந்தரத்தில் ஊன்றிய ஞாபகம்
அங்கே
காலம் மூன்றல்ல; நான்கு
கடக்க முடியாமல் உறைந்தது
நான்காம் காலம்.

கோட்டை வாசலைக் கடந்து
நீங்கள் நுழைவது
இன்றிலிருந்து நேற்றைக்கு அல்ல;
நாளையை மறந்து வைத்த
நேற்றைய நேற்றைக்கு.

புலனாகாக் கடிகைக்குள்
காலம் சொட்டி விழுவது
டிக் டிக் என்றல்ல;
திக் திக் என்றோ
தொம் தொம் என்றோ தான்.

இரண்டு ஒலிச்சொட்டுகளுக்கு இடையில்
தேருளைப் புரவிகளின் கனைப்போ
வாரணத் தொகுதியின் பிளிறலோ
சவுக்குப் பிய்த்த சதையின் அலறலோ
கபந்த நர்த்தன ஜதியோ
அரியணை கவிழும் பேரொலியோ
முறிக்கப்பட்ட காதலின் கேவலோ
எதிரொலிப்பதை நீங்கள் கேட்கக் கூடும்.

கோட்டைக்குள் புகுந்ததும்
உங்களுக்கு நீங்களே அந்நியராகிறீர்கள்
அதற்கு முன்பிருந்த உங்களை
பிறவிப் பிழையாக நீங்களே உணர்கிறீர்கள்
உங்கள் உதிரத்தில்
கோட்டை அதிபதியின் அணு உண்டா என்று
சுயபரிசோதனை செய்கிறீர்கள்

சக சுற்றுலாப் பயணிகளை
அத்துமீறி வந்தவர்களாகக் கண்காணிக்கிறீர்கள்
அவர்கள் கேள்விகளுக்கு
ஆணவக் குரலில் பதில் சொல்கிறீர்கள்
கோட்டையின் இண்டு இடுக்குகளில் உலாவி
பூர்வ ஜென்மப் பூரிப்புடன் பெருமூச்சு விடுகிறீர்கள்

'யாரங்கே?' என்று கைகொட்டியழைத்து
சேவகன் சிவிகை தேர் வரக் காத்திருக்கிறீர்கள்
உங்கள் ஆணைக்குப் பணிந்து
ஆகாயத்திலிருந்து இறங்கி வருகிறது இருளின் திரை
கடிகைக்குள் தொம் தொம் என்று சொட்டி விழுகிறது காலம்

கோட்டை வாசலைத் தாண்டி வெளியேறும்போது
போன நீங்கள்தானா திரும்பும் நீங்கள்?

○

தீராக் கடன்

சிணுங்கிக் கூம்பியிருந்த
சொற்ப காலத்துக்குப் பிறகு
முகம்நோக்கி முகம் இழுத்து
என் தாப உதடுகளில்
ஈரமாய்ப் பதிந்த உன் இதழ்ச் சுவைக்கு
எந்த இனிப்புக்குமில்லாத மகாருசி

விலகலுக்குப் பின்பு
நெருங்கிய பரவசப் பொழுதில்
இறுக்கியணைத்த உன் கைகளின்
இதமான தீண்டலுக்கு
எல்லா வலியையும் நீக்கும் ஆறுதல்

ஊடற்பனி உருகிக் கரைந்தோடிய நாளில்
முயக்கத்தில் மூடிய உன் விழிகள்
உச்ச கணத்தில் திறந்ததும் வழிந்த
அமிர்ததாரைக்கு
எல்லாப் பசியையும் தீர்க்கும் காருண்யம்

உன்னிடம் பெற்றுத் திளைத்த இனிமையை
உயிர்ப்பின் தீண்டலை, மாளாக் கருணையை
உனக்குத் திருப்பியளிப்பது எங்ஙனம்?

என்றார் பார்க்*

பார்வைக்குப் புலப்படாத பாடகனின்
பாட்டொலிபோல
வெளிச்சம் மலையிறங்கும் குளிர் மாலை
வான்ஸூ கிராமத்தின்
ஆள் நடமாட்டமில்லாத் தெருவில் நடக்கிறோம்
பார்க்கும் நானும்

பைன் மரங்களுக்கிடையிலிருந்து வந்தது
முதல் குரைப்பு
'கம்சாம்னிதா'** என்றார் பார்க்

மூடிய பணிமனைக்குள்ளிருந்து வந்தது
இரண்டாவது குரைப்பு
'மிக்க நன்றி' என்றேன் நான்

முன்னதும் பின்னதும் ஏற்றுக்கொண்டு
இரட்டையாகக் குரைத்தன.

'கொரியனில் சொன்னாலும்
தமிழில் சொன்னாலும்
எப்படிப் புரிந்து கொள்கின்றன?'
என்றேன்

'குரைப்பின் ஒலிபெயர்ப்புத்தானே
உன் மொழியும்
என் மொழியும்' என்றார் பார்க்.

○

---

* பிரியென் பார்க் – நண்பர், கலாச்சாரச் செயல்பாட்டாளர்

** கொரியச் சொல், பொருள் – நன்றி

கணக்குத் தீர்த்தல்

ஆம், நல்லது
நாம் பிரிவது.

விலகிப் பிரியும் முன்பு
பழைய கணக்குகளைப் பைசல் செய்வதும் நல்லதே,
இல்லையா?

நமக்குள் பொதுவானவற்றில்
உன்னுடையதை நீயும்
என்னுடையதை நானும்
பங்குபோட்டுத் திரும்ப எடுத்துக் கொள்ளலாம்

கோடானுகோடி முறை நேர்ந்த
வளி இடைப் புகாத் தழுவல்களில்
நீயாகப் படர்ந்த அணைப்புகளை நீயும்
நானாகப் பின்னிக் கொண்ட இறுக்கங்களை நானும்
உதறி விடுவித்துக் கொள்வோம்

லட்சோபலட்சம் தடவை
மோகப் பெருமயக்கில் பகிர்ந்த முத்தங்களில்
உன் எச்சில் படிந்தவற்றை நீயும்
என் உமிழ்நீர் ஊறியவற்றை நானும்
கழுவி விழுங்கிக் கொள்வோம்

பல்லாயிரம் பொழுதில்
ஈருடலற்று மூன்றாம் உடலான தருணங்களில்
நீ திளைத்த நொடிகளை நீயும்
நான் கரைந்த நாழிகைகளை நானும்
பொறுக்கி எடுத்து உறையச் செய்வோம்

நூறு நூறாய் விரிந்த
கனா ஞாபகங்களிலும் நினைவுக் கனாக்களிலும்
உன் நினைவுகளை நீயும்
என் கனாக்களை நானும்
இழைபிரித்து அடுக்கிக் கொள்வோம்

நாம் ஏன்
பரவசத் திகைப்பில் ஆழ்ந்திருக்கிறோம்?

உன் அணைப்புகளில் நான் மட்டுமல்ல நீயும்
உன் அதரச்சுனையில் ஊறியது நீ மட்டுமல்ல நானும்
என் கரைதலில் திளைத்தது நான் மட்டுமல்ல நீயும்
என் கனாக்களில் விரிந்தது நீ மட்டுமல்ல நானும்

தீராதது இந்தப் பழைய கணக்கு
இதை ஒதுக்கி வைத்துவிட்டு தொடங்குவோம்
முதலிலிருந்து.

○

ஆன்ம விசாரம்

சீடன் கேட்டான்:

உடலை விட்டு ஆன்மா
எப்படிப் பிரிகிறது குருவே?

ஆயகலைகள் அனைத்தும் தேர்ந்த குரு
அலுப்புடன் முனகினார்

அநாதி காலத்துக் கேள்வியை
அவ்வப்போது யாரோ
சுமந்து வந்து விடுகிறார்கள்.

நான்கு யுகங்களையும்
நொடியில் கடந்து வந்த
பதிலைச் சொன்னார்:

பிருஷ்ட சந்தியிலிருந்து
அபான வாயு
எப்படிப் பிரிகிறதோ அப்படி.

○

என்ன தடை

அடிவயிற்றில் வடவைத்தீ மூண்ட யாசகன்போல்
கை நழுவிய கனவை மீட்க இறைஞ்சும் காதலன்போல்
அறம்பிறழ் முற்றத்தில் அலறிப் புலம்பும் நிரபராதிபோல்
தாளாது மருத்துவரே கொன்று தாரும் என மன்றாடும்
பிணியாளன்போல்
இருந்தென்ன செய்ய, அழையாயோ காலமே எனச்
சுயமிரங்கும் முதியவன்போல்
ஆன மட்டும்
தொண்டைகிழியக் கதறுகிறேனே,
'மண்ணரசில் அன்பு தழைக்கட்டும்' என்று முனகக் கூட
என்னதான் தடை உங்களுக்கு?

○

திரௌபதி

மேடையில்
திரௌபதி வஸ்திராபகரணக் கூத்து
நடந்து கொண்டிருக்கிறது
சபைக்கு வரக்கோரும் சேவகனிடம்
திரௌபதி
சீறிச் சினந்து கொண்டிருக்கிறாள்

கூத்து மேடைக்கு இப்பால்
டீக்கடைப் பெஞ்சில்
அடுத்த காட்சியில் நுழையும் முஸ்தீபில்
பீமனும் துச்சாதனனும்
ஊதி ஊதி அவசரமாய்த்
தேநீர் குடித்துக் கொண்டிருக்கிறார்கள்

இருவருக்குமிடையில் கிடக்கும்
கதாயுதங்கள்
பகைக் காற்றில் உருண்டு உருண்டு
ஆக்ரோஷத்துடன் மோதிக் கொண்டிருக்கின்றன.

ஆயுதங்கள்
முட்டுவதையும் விலகுவதையும்
மீண்டும் நெருங்கி மோதுவதையும் பிரிவதையும்
பங்காளிகள்
வன்மத்துடன் பார்த்துக் கொண்டிருக்கிறார்கள்

அவர்கள் கைகளில் ஏந்தியிருக்கும்
இருநூறு மி.லி.க் கண்ணாடித் தம்ளர்
வற்றாமல் தேநீர் சுரக்கும் அட்சய கலசமாகட்டும் என்றும்

அவர்கள் குடிக்கும் தேநீர்
கொஞ்சமும் சூடு தணியாமலே இருக்கட்டும் என்றும்
பிரார்த்தனை செய்துகொண்டிருக்கிறேன்,
திரௌபதீ பதற்றத்துடன்.

○

கேள்விகள்

1

தொட்டதும் சிணுங்கி
மூடிக் கொண்ட இலைகள்
மறுபடியும் திறக்க
ஏன் இத்தனை யுகங்கள் ஆகின்றன?

2

விலகித் தொலைவிலிருக்கும்போது
ஒற்றை மிழற்றலாகக் கேட்கும்
நதியின் சங்கீதம்
கால் அளையும் தருணத்தில்
பல சுருதி
பல சுரங்களாய் ஒலிப்பது எப்படி?

3

சரிந்தே சுழலுவதால்
பூமியின் அச்சுத் தண்டு எழுப்பும்
(நிசப்த நள்ளிரவுகளில் கேட்கும்)
செவி துளைக்கும் ஈனப்புலம்பல்
எத்தனை சொட்டு எண்ணெய் விட்டால் அடங்கும்?

○

ஓட்டாஞ்சில்லு

மாலைச் சூரியனுக்கு முதுகு காட்டியபடி
ஒரு பெரியவர் வந்து கொண்டிருக்கிறார்

அவருக்கு முன்னால் விழும் நிழல்
அவரை விட நீளமாக இருக்கிறது
நிழலின் முதுகு
அவர் முதுகைவிட வளைந்திருக்கிறது

பெரியவர் எதையோ சுமந்து கொண்டிருக்கிறார்
சுமந்துவந்த மாயச் சுமையை
இல்லாத சுமைதாங்கிமேல் வைக்கிறார்
பாரம்பொறாமல் கல் வளைகிறது

முன்னொரு காலத்தில் பெய்த மழையை
இப்போது உள்ளங்கையில் ஏந்தி
முகங்கழுவிக் கொள்கிறார்
காற்றில் நீர்உலரும் குளிரால்
பெரியவர் சிலிர்ப்புடன் புன்னகைக்கிறார்.

நடந்துவந்த தூரத்தைக் காலுதறி ஒதுக்குகிறார்
காலில் இடறுகிறது ஒரு ஓட்டாஞ்சில்
நொண்டிக்கரத்துக்குள் நின்று குழந்தைகள் விட்டுப்போன
ஓட்டாஞ்சில்லை எடுக்கிறார்
விரல்களில் பிஞ்சு முத்தங்களின் எச்சில் பிசுபிசுக்கிறது.

பெரியவர் கரத்தைவிட்டு வெளியேறுகிறார்
முதல் கட்டத்துக்கு வெளியில் நிற்கிறார்
என்றோ மறந்த வார்த்தையை நினைவில் மீட்டு
ஓட்டாஞ்சில்லை முத்தி வீசுகிறார்
ஆறாம் கட்டத்தில் விழுந்த சில்லை எடுக்க
நொண்டி நடந்து கட்டங்களைத் தாண்டுகிறார்.
சில்லை எடுத்துத் தாவித் திரும்புகிறார்
யாரும் பார்த்து விடாமல் கைதூக்கிச் சிரிக்கிறார்

திரும்பி நிமிர்ந்து நடக்கிறார்
அவர் நிழலும் நிமிர்ந்து உடன் நடக்கிறது
வளைந்த சுமைதாங்கிக் கல் நிமிர்கிறது
நடந்துபோகும் பெரியவர் தலைமேல்
குஷியாக உட்கார்ந்து போகிறது
அந்திச் சூரியன்.

○

தேவி மகாத்மியம்

தெய்வமானாலும் பெண் என்பதால்
செங்கன்னூர் பகவதி
எல்லா மாதமும் தீண்டாரி ஆகிறாள்

ஈரேழு உலகங்களையும் அடக்கும்
அவள் அடிவயிறு
வலியால் ஒடுங்குகிறது; கனன்று எரிகிறது

விடாய்த் தினங்களில் விடும் பெருமூச்சு
யுகங்களாக வேரூன்றிய
விருட்சங்களை உலுக்குகிறது.

தொடை பிளக்கும் வேதனையில்
அவள் எழுப்பும் தீனக்குரலில்
திசைகள் எட்டும் அதிர்கின்றன

எரிமலைக் குழம்புபோலப் பொங்கி
யோனியிலிருந்து வழியும் குருதித் தாரையில்
நதிகள் சிவந்து புரள்கின்றன.

விலக்கப்பட்ட உதிரத்தை ஒற்றிய வெண்பட்டு
புனிதச் செம்பட்டாகிறது
அண்டமெங்கும் தெறித்த செந்நீர்த் துளிகள்
உலர்ந்து குங்குமமாகின்றன

எந்தத் தேவி இந்தப் பூமியைப் புரக்கிறாளோ அவளே
ஆற்றல் என்று
விண் முழங்குகிறது.
மண் எதிரொலிக்கிறது.

செங்கன்னூர் பகவதி தேவியானது
தெய்வம் என்பதால் அல்ல
பெண்ணாக இருந்ததால்.

(மனுஷ்ய புத்திரனுக்கு)

○

நீலாம்பிகையின் இரவுப் பயம்

தன்னைச் சிலிர்ப்பூட்டிய
தன் கண்ணாடிப் புன்னகையிடம்
நீலாம்பிகை சொன்னாள்:

இன்றைப்போல
எல்லா நாளும் இருந்தால்
எவ்வளவு நல்லது.

வீட்டுக்குத் திருப்பியனுப்பும் பேருந்து
வியர்வையின் வெயில் மணம் குறைந்து
பல்லக்காக ஊர்ந்து வந்தது

வழக்கமான நிறுத்தம் தெரிந்திருந்தும்
பயணச்சீட்டு வாங்க அவசரப்படுத்தும்
சிடுமூஞ்சி நடத்துநர்
எதுவும் பேசாமல் சீட்டைக் கொடுத்து நகர்ந்தார்

புறமுதுகு பேசும் சக ஊழியை
பேச்சுக்கிடையில்
பரிவு அழுந்தக் கையுடன் கைகோர்த்தாள்

மூல உபாதையின் உபத்திரவத்தை
ஊழியர் முகத்தில் சிந்தும் மேலாளர்
பூப்போலச் சிரித்தார்

உப்போ உறைப்போ
கூடவோ குறையவோ இல்லாமல்
பகலுணவு
அமிர்தமாய் ருசித்தது.

டீக்கடைத் தேநீரில் அபூர்வமாக
வேப்பிலை வாடை இல்லாமல் இருந்தது

சமையலறைப் பொருட்கள் இடம் மாறாமல்
சமர்த்தாக ஒத்துழைத்தன

அடம்பிடித்துத்
தன் கூந்தலைப் பிய்க்கவைக்கும் குழந்தை
தானாகப் பள்ளிக்குத் தயார் ஆனான்

ஒருக்களித்த ஜன்னல் கதவு வழி
வீட்டுக்குள் எட்டிப் பார்த்த குருவி
காலை வணக்கத்தை மிழற்றியது.

நேற்றைய
அடைத்த கோட்டையைப் பிளக்கும்
மதயானை மோதலன்றி
இன்றாவது
புறவிதழ் விலக்கி வாழைப்பூவைத் தேடும் மென்செயலாக
உடலைத் திறக்க அனுமதி கேட்பான் எனில்...

○

யோசனை, ஒருவேளை . . .

ஓயாமல் சுழலும் பூமி
ஒரு பட்டினிச் சாவுக்காக
ஒருமுறையேனும் குலுங்கும் என்றும்
இளைப்பாறும் மலைகள்
ஒரு யோனி கிழிபடும்போது
ஒருமுறையேனும் நடுங்கும் என்றும்
காலத்தைச் சுமந்து ஓடும் நதி
ஒரு சிசுவின் விக்கலுக்காக
ஒருமுறையேனும் வழிமாறும் என்றும்
தனக்குள் தியானித்திருக்கும் நிலம்
ஒரு கூட்டம் அழிக்கப்படும் போது
ஒருமுறையேனும் வெடித்துப் பிளக்கும் என்றும்
தலையுயர்த்தி நடப்பவர் எல்லாம்
அண்டை வீட்டானின் அறுபட்ட சிரம்
தண்டவாளச் சரிவில் மலங்கப் பார்க்கும்போது
ஒருமுறையேனும் தலைகவிழ்வார் என்றும்

ஒருவேளை நான்தான்
தப்புத் தப்பாக யோசிக்கிறேனோ?

○

நிலை மயக்கம்

நண்பர்களாக இருக்கிறோம் என்பதால்
நாம் நண்பர்கள் அல்லர்
நட்பு இருப்பதால்
'நாம் நண்பர்கள்

காதலர்களாக இருக்கிறோம் என்பதால்
நாம் காதலர்கள் அல்லர்
காதல் இருப்பதால்
நாம் காதலர்கள்

உறவினர்களாக இருக்கிறோம் என்பதால்
நாம் உறவினர்கள் அல்லர்
உறவு இருப்பதால்
நாம் உறவினர்கள்

நட்பும் காதலும் உறவும்
நம்மிடம் இருக்கின்றனவா?
அல்லது
நாம்
நண்பர்கள், காதலர்கள், உறவினர்கள் மட்டுந்தானா?

(நிக்கி கியோவன்னியின் கவிதையொன்றின் தூண்டுதலில்)

○

வான்கோவின் தூரிகைப் பலகை

வான்கோவின் தூரிகைப் பலகையில்
வெளிச்சத்தின் எல்லா நிறங்களும் இருக்கின்றன
இருட்டின் வண்ணங்களும்

சுரங்கத்தின் கருமணல் நிறம்
அவன் காலடிச்சுவடுகளைப் பின்தொடர்கின்றன
உருளைக்கிழங்கின் பழுப்பு
பசியில் முணுமுணுக்கிறது
வாதுமைப் பூக்களின் வெளிர் சிவப்பு
காதலில் சிலிர்க்கிறது
வயல்களின் பசுமையில்
கனிவு படர்கிறது
நட்சத்திர வெள்ளியில்
தடுமாற்றங்கள் இமைக்கின்றன
அலைகளின் நீலத்தில்
விசும்பல்கள் ததும்புகின்றன
சூரியகாந்தி மஞ்சளில்
அவன் பித்தம் வழிகிறது

வான்கோ தனது வண்ணங்களை
தண்ணீரில் கரைக்கிறான்
அவை நீர்த்துப் போகின்றன
வியர்வையில் குழைக்கிறான்
உலர்ந்து போகின்றன
கண்ணீரில் நனைக்கிறான்
காய்ந்து போகின்றன
படுபாவி,
உயிர் துளைத்த தோட்டா
ஊற்றாகப் பெருகவிட்ட
குருதியில் ஊறவிட்டான்
அவை யுகம் கடந்து மிளிர்கின்றன

வான்கோவின் தூரிகைப் பலகையில்
இருட்டின் எல்லா வண்ணங்களும் இருக்கின்றன
ஒளியின் எல்லா நிறங்களும்.

○

எனவே நானும்

என்னுடைய நினைவேந்தல் கூட்டத்துக்கு
எவரெல்லாம் வருவார்களென்று
எதிர்பார்த்திருந்தேனோ
அவர்களில் ஒருவரும் வரவேயில்லை
எல்லாருக்கும் பாவம்,
ஏதேதோ தலைபோகும் அவசரங்கள்
எனக்கும்தான்
எனவே நானும் போகவில்லை.

(நகுலனிடம் கடப்பாடு)

(மக்தலேனா) மரியாளின் சுவிசேஷம்

என்னைப் பற்றிப் பிடித்துக் கொள்ளாதே; நான் இன்னும் என் பிதாவின் இடத்திற்கு ஏறிப் போகவில்லை.

யோவான் 20:17

ஏன் என்னை விலக்குகிறீர், ரபூனி?
ஏன் உம்மைத் தொடக் கூடாது என்கிறீர்?
உம் சீடர்களைப் பார்க்கிலும்'
வார்த்தையைத் தொடரும் அர்த்தம்போல
உம்மைப் பின்தொடர்ந்தவள் நானல்லவா?

என் பிரியரே,
மரியாள் நான் ஒருத்திமட்டுமே அல்லள்.
உமது வெளிச்சத்தைப் பகிரங்கமாக்கிய நிழலான
ஒவ்வொரு பெண்ணும் மரியாள்தானே?
மகதலேன் எனது மட்டுமான ஊர் அல்ல
உமது பாதத்தின் வியர்வையில் ஒட்டிய
ஒவ்வொரு ஊரும் மக்தலேன்தானே?

போதகரே,
உம் சீடரைப் பார்க்கிலும்
எங்களிடமே நீர் பிரியங் கொண்டீர்
உம் சீடரைப் பார்க்கிலும்
நாங்களே உம்மிடம் நேசம் கொண்டிருந்தோம்

எனினும்
என்னை ஏன் தள்ளிவைக்கிறீர், ரபூனி?
உம்மை ஏன் பற்றக் கூடாது என்கிறீர்?

திராட்சை ரசம் மணக்கும்
உமது அதரங்களால்
நீர் முத்தமிட்டது என்னைத்தானே?
அப்போது
உம் சீடரின் கள்ள முத்தத்தில் நாறிய
புளித்த காடியை உணர்ந்தீரா?

சீமோன் மாளிகை விருந்தில்
உமது பாதங்களைக் கண்ணீரால் கழுவிக்
கூந்தலால் துடைத்து உதடுகளால் உலர்த்திப்
பரிமளத்தைலம் பூசினேனே,
அப்போது
உமது பாதங்களில் துளைத்த ஆணியின்
காரிரும்பு மணத்தை முகர்ந்தீரா?

அன்பரே,
கற்களை ஓங்கிய கைகளின் மத்தியில்
நடுங்கி நின்றவள் நானே
பாவமற்ற கரம் எறியட்டும் என்று
என்னை மீட்டவர் நீர் – அப்போது
நிலத்தில் நீர் எழுதியது என் பெயரல்லவா?
அப்போது
இலக்கு நானல்ல; நீரே என்று
அறியாமலா இருந்தீர்?

உம் மீது விழுந்த கசையடியில்
துடிதுடித்தவளும்
உம் சிரசிலிருந்து பெருகிய
ரத்த வியர்வையை ஒற்றியவளும்
உமது கடைசிக் கண்ணீர்த் துளியைக்
கையிலேந்தியவளும் நானல்லவா?
அப்போது
உயிரின் ஆரம்பம் பெண்ணின் சரீரம் என்று
உச்சாடனம் செய்யவில்லையா நீர்?

பின்பு ஏன்
உயிர்த்தெழுந்ததும் மாறிப் போனீர்?

ரபூனி,
நான் பற்றிப் பிடித்துக் கொண்டால்
பிதாவிடம் ஏறமுடியாது எனில்
நான்
நாங்கள்
மரியாள்கள்
விலக்கப்பட்ட கனிகளா?

போதகரே,
மரியாள்கள் தொடாத நீர்
வயற்புலத்தின் விதையல்ல
பாறைமேல் சிதறிய தானியம்.

•

www.ingramcontent.com/pod-product-compliance
Lightning Source LLC
LaVergne TN
LVHW040829051026
849519LV00007BA/2794
9789386820969